உறுமீன்களற்ற நதி

உறுமீன்களற்ற நதி

இசை (பி. 1977)

இயற்பெயர் ஆ. சத்தியமூர்த்தி. கோவை மாவட்டம் இருகூரில் வசித்துவருகிறார்.

இதுவரை ஒன்பது கவிதை நூல்களும், எட்டு கட்டுரை நூல்களும் வெளியாகியுள்ளன.

மின்னஞ்சல்: isaikarukkal@gmail.com

ஆசிரியரின் பிற நூல்கள்
(காலச்சுவடு வெளியீடு)

கவிதை

- சிவாஜி கணேசனின் முத்தங்கள் (2011)
- அந்தக் காலம் மலையேறிப் போனது (2014)
- ஆட்டுதி அமுதே! (2016)
- வாழ்க்கைக்கு வெளியே பேசுதல் (2018)
- நாயகன் வில்லன் மற்றும் குணச்சித்திரன் (2019)
- உடைந்து எழும் நறுமணம் (2021)
- இசை கவிதைகள் (2008–2023) (2023)

கட்டுரை

- லைட்டா பொறாமைப்படும் கலைஞன் (2015)
- உய்யடா உய்யடா உய்! (2017)
- பழைய யானைக் கடை (2017)
- தேனொடு மீன் (2020)
- மாலை மலரும் நோய் (2021)
- அழகில் கொதிக்கும் அழல் (2022)
- களிநெல்லிக்கனி (2024)

இசை

உறுமீன்களற்ற நதி

காலச்சுவடு பதிப்பகம்

● அன்பார்ந்த வாசகருக்கு,

வணக்கம்.

காலச்சுவடு நூலை வாங்கியமைக்கு நன்றி.

நூலின் உள்ளடக்கம், உருவாக்கம், அட்டைப்படம் இன்ன பிற அம்சங்கள் பற்றிய உங்கள் கருத்துகளையும் ஆலோசனைகளையும் காலச்சுவடு வரவேற்கிறது. தகவல், எழுத்து, வாக்கியப் பிழைகள் தென்பட்டால் அவசியம் தெரிவித்து உதவுங்கள். நூல் தயாரிப்பில் கடும் குறைபாடு இருப்பின் மாற்றுப் பிரதி உங்களுக்குக் கிடைக்கக் காலச்சுவடு ஏற்பாடு செய்யும்.

மின்னஞ்சல்: publisher@kalachuvadu.com

காலச்சுவடு நாகர்கோவில் அலுவலகத்திற்குக் கடிதம் அனுப்பலாம்.

தங்கள்
எஸ்.ஆர். சுந்தரம் (கண்ணன்)
பதிப்பாளர் – நிர்வாக இயக்குநர்

உறுமீன்களற்ற நதி ◆ கவிதைகள் ◆ ஆசிரியர்: இசை ◆ © ஆ. சத்தியமூர்த்தி ◆ முதல் பதிப்பு: அக்டோபர் 2008, பத்தாம் பதிப்பு: டிசம்பர் 2024 ◆ வெளியீடு: காலச்சுவடு பப்ளிகேஷன்ஸ் (பி) லிட்., 669 கே.பி. சாலை, நாகர்கோவில் 629001

uRumiinkaLaRRa nati ◆ Poems ◆ Author:Isai ◆ © A. Sathyamurthy ◆ Language: Tamil ◆ First Edition: October 2008, Tenth Edition: December 2024 ◆ Size:Demy1 x 8 ◆ Paper: 18.6 kg maplitho ◆ Pages: 80

Published by Kalachuvadu Publications Pvt. Ltd., 669, K.P. Road, Nagercoil 629001, India ◆Phone: 91-4652-278525 ◆e-mail: publications @kalachuvadu.com ◆ Printed at Adyar Students xerox Pvt. Ltd., No. 275 Habibullah Road, Triplicane high Road, Opp Triplicane Post Office, Triplicane, Chennai 600005

ISBN: 978-81-89945-39-8

12/2024/S.No.253, kcp 5496, 18.6 (10) 1k

நாதவடிவான
நித்யஸ்ரீ மகாதேவனுக்கு...

நன்றி

தீம்தரிகிட, கருக்கல், உயிர்மை, காலச்சுவடு, தீராநதி, ரசனை,
வனம், உன்னதம், நவீன விருட்சம், புன்னகை, இறக்கை,
நின்னை.காம், புதிய காற்று, புதிய பார்வை,
புது எழுத்து, கருப்புச் சொற்கள்

சுகுமாரன், கரிகாலன், கௌதம சித்தார்த்தன்,
தேவேந்திர பூபதி, திருஞானசம்பந்தம், சூர்யா

இருகூர் பாரதி இலக்கியப் பேரவை,
நெருஞ்சி இலக்கிய முற்றம், கோவை.

பொருளடக்கம்

இன்பியல் ஓவியம் வரைந்த கதை	13
பிச்சாந்தேகி	14
எவ்வளவு பலம்கொண்டு ஊதியும் அதிகாரத்தின் மயிர் அசையாதது கண்டபின் ஒவ்வொரு மயிராகச் சுடத் துவங்கிவிட்டவன்	15
அழகான சொற்றொடர்	16
மயக்கு மருந்துகளைத் தவிர்க்கவும்	17
சிறுகோட்டுப் பெரும்பழம்	18
ஏது	19
3 கி.மீ.	20
வெற்றி, மிகப்பெரிய வெற்றி	21
வெளிர் நீலத் துப்பட்டா	22
கன்றுக்குட்டியைப் போல்	23
குணா (எ) குணசேகரன்	24
Mr. சஷ்டிக்கவசம்	26
தயங்கித் தயங்கி நகரும் பேருந்து	27
எம் காதற்கிழத்திக்கு நிகழ்ந்தது	28
வளர்ந்தாலும் நடந்தாலும்	29
இரவு பதினோரு மணிக்கு மேல்	30
திமிங்கலங்கள்	31
குரல் முத்தம்	32
கொஞ்சம் பணம் கொழித்துக்கொள்ளும் வரை	33
தற்கொலைக்குத் தயாராகுபவன்	34

தோழமை	35
வண்ணத்துப் பூச்சியும் என் கவிதையும்	36
ஒரு காதல் கதை	37
மிக எளிய பணி	38
ஒரு சுவாரஸ்யத்திற்காகத்தான்	40
ராசா வேசம் கட்டும் கூத்துக் கலைஞன் : சில குறிப்புகள்	41
கிடார் கலைஞனின் சடலம்	42
ஒரு சூரான கத்திக்கு முன்னால்	43
சகலமும்	44
வெக்கைக்கவிஞன் சொல்வதாவது	45
ஒப்பியடிக்கும் பெண் அதிகாரி	46
அழைப்பு மணியை	47
இரயில் சக்கரங்களும் தூக்க மாத்திரைகளும்	48
பிதாவே	49
கற்பெனப்படுவது	50
ஒரு பிளாஸ்டிக் டம்ளர்	52
அதிரஸக்கலையின் இளஞ்சிவப்பு நிறத் தாவணி	53
இன்றி	54
குழந்தைகள் பைத்தியங்கள் கவிஞர்கள்	55
ஒரு நல்ல கவிதை	56
தனிமை	57
வள்ளுவன் - வாசுகி - கிணறு	58
விஸ்வரூபம்	60
மயக்கு வித்தைக்காரன் பின் செல்லும் சிறுமி	61
மொட்டைமாடியில் வசிக்கும் கவிதைகள்	62
பித்தேறிய கனா	63
பணிமனை	64
புத்தன் அழுதான்	65
பூனை	66

கீரிடங்களை மட்டும் தாங்கும் தலைக்காரன்	67
முன்னொரு காலத்தில் குணசேகரன் என்றொருவன் வாழ்ந்து வந்தான்	68
நாய் கவிதைகள்	70
அல்லது	71
ஒரிரவில்	72
என் காதலியைக் கொல்ல வேண்டும்	73
பேரின்ப வகைப்பாட்டில் வரும் ஃபிளம் கேக் சாப்பிடுதல்	74
விட்டு விடுதலை...	75
நிலைபெறும் மனம்	76
ஒரு திகிலூட்டும் வரி	77
குறுகலான சந்துகள், திடீர் வளைவுகள்	78
இளைப்பாறும் அறையின் சாவி	79
சௌமி குட்டி சௌமியா ஆனது எப்போது?	80

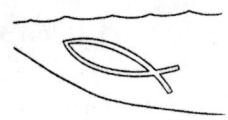

இன்பியல் ஓவியம் வரைந்த கதை

நதிக்கரை மரத்தடியில்
முக்காடிட்டுத் தலை கவிழ்ந்த கோலத்தில்
அமர்ந்திருக்கும் இள நங்கையொருத்தியின்
சித்திரம் இது

ஆண்டுகள் பலவாய் எனதறையிருக்கும்
சித்திரத்தை நேற்றுதான் கவனித்தேன்

அவ்வளவு துயரம்
அவ்வளவு பிரிவு
அவ்வளவு காத்திருப்பு

அவ்வப்போது இவ்வறையில்
செவிப்படும் மெல்லிய விசும்பொலி
இதிலிருந்துதான் கிளம்பியிருக்க வேண்டும்

என்னவாகிலும் செய்து இவ்வோவியத்தின்
துர்விதியைத் திருத்தியாக வேண்டும்

பெண்ணே தலைநிமிர்ந்து பாரேன்
இப்போது படகொன்று
வந்துகொண்டிருக்கிறது

○

பிச்சாந்தேகி

ஒவ்வொரு இரவிலும்
தன்னுடலை வட்டவடிவ
அலுமினியத்தட்டாக்கி
யௌவனம் கொழுத்த வீடுகளின்
முன் நிற்கிறான் அவன்

காலையில் கதவு திறக்கும் பெண்ணுடலில்
முட்டி மோதி அலையுமவன் பெருமூச்சு

விளக்கை அணைத்ததும்
எங்கிருந்து கிளம்பி உடலில் நுழைகிறது
அந்த நுண்கிருமி

எரிக்க எதுவும் கிடைக்காமல்
படுக்கையில் கிடந்து புரள்கிறது ஆறடி ஜுவாலை

தலையணையெங்கும் குவிந்துகிடக்கிறது உதடுகள்

அவன் நினைவில் புணர்ந்த
பதிவிரதைகளின் சாபமோ என்னவோ
இதுவரையிலும் ஒரு சில்லறைக்காசும்
பெற முடியாத தன் தட்டை
நாற்பத்தி மூன்றாம் வயதில்
கிணற்றில் முக்கி அழித்தான்

◯

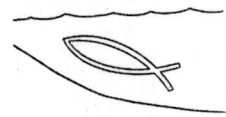

எவ்வளவு பலம்கொண்டு ஊதியும்
அதிகாரத்தின் மயிர் அசையாதது
கண்டபின் ஒவ்வொரு மயிராகச்
சுடத் துவங்கிவிட்டவன்

இடர் நேரும் காலங்களில்
தான் அணிந்திருக்கும் கடவுள் டாலரை
இறுகப்பற்றிக்கொள்ளும் பக்தனைப்போல
அந்த மனிதன்
தன் கழுத்துக்குப்பியை
அடிக்கடி தடவிப்பார்த்துக் கொள்கிறான்
மரணம் வாயருகே இருக்கிறதே
என்று நாம் அலறுகிறோம்
அவனோ ஒரு சாதாரண அணிகலன்போல்
அதை அணிந்து திரிகிறான்
இராத்திரியொன்றில்
அவன் அக்குப்பியை
திறந்து பார்த்த பொழுது
நிணக்கறை படிந்த செந்நிறத்திரையில்
காட்சிகள் ஓடத் துவங்கின
ஒரு குழந்தையின் உடல் அளவுக்கு
நீளமான பூட்ஸ்களை அவன் அதில் பார்த்தான்
துப்பாக்கிகள் கத்திக்கொண்டே இருந்தன
சதைத் துணுக்குகள் வெளியெங்கும் தெறிக்க
காததிரக் கேட்டது கூப்பாட்டோலம்
இரும்புக் கரத்தில் சிக்கிய கழுத்தொன்று
எவ்வளவு திமிறியும்
விடுபட இயலாது
துவண்டு சரிவதை வெறித்துக்கொண்டிருந்த
விழிகளிலிருந்து கசிந்த நீர்
கன்னங்களின் வழியே கழுத்தில் இறங்கி
குப்பிக்குள் தேங்கியது

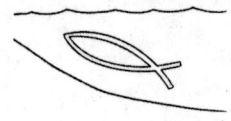

அழகான சொற்றொடர்

குரலுயர்த்த இயலாதது உனது நா
தழுதழுப்பதொன்றே அதன் இயல்பு
நீ காண்டீபம் உயர்த்தும்
ஒவ்வொரு முறையும்
யாருன் காலில் விழுந்து
மன்றாடுவது
மனைவியா குழந்தையா
பற்கடிப்பும் முணுமுணுப்புமே
நம் ஆகச் சிறந்த தீரச் செயல்கள்
என்றாகிவிட்டது
அழுவதற்கென்றே செய்யப்பட்ட
முகங்களைக் கொண்டு
அழுதுகொண்டிருக்கிறோம்
அழுதோம்
அழுகிறோம்
அழுவோம்
"கண்ணீர்த் துளிகள்
சாம்ராஜ்யங்களையே சரித்துவிடும்"
இது ஒரு அழகான சொற்றொடர் நண்பா

○

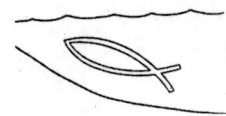

மயக்கு மருந்துகளைத் தவிர்க்கவும்

நம் கண்ணீரைத்
தொடர்ந்து அசட்டை செய்து வருபவனை
அவன் மந்திரதந்திரங்களை மறந்து
கலவியிலிருக்கும் சமயத்தில்
கட்டியிழுத்து வர வேண்டும்

நிர்வாணித்திருக்கும் தேவியை
ஒரு கணம் நின்று நோக்குகையில்
அவன் பதறி நம் காலடியில்
விழுவான்

அவளை விட்டுவிடச் சொல்லி
கெஞ்சிக் கதறும் போது
நாம் இதுவரையில் இப்பூமியில் நிகழ்ந்த

வன்புணர்ச்சிகளை
அறுத்தெறியப்பட்ட முலைகளை
துண்டாக்கப்பட்ட குறிகளை
உயிரோடு எரியூட்டப்பட்ட மனிதர்களை
திடீரெனக் காணாமல் போன ஜீவன்களைப் பற்றி
அவனிடம் கேள்வியெழுப்ப வேண்டும்

எதுவும் தனக்குத் தெரியாதென்று
பொய்யுரைக்கும் போது அவன்
பற்களில் ஒவ்வொன்றாக
பிடுங்கத் துவங்க வேண்டும்
(இன்னும் அடங்கித் தீராத ஒருவருக்கு
நாக்கையும் இழுத்தெறியும் வாய்ப்பளிப்போம்)

எல்லாம் வல்லவனின் குறியில்
உயரழுத்த மின்சாரத்தைப் பாய்ச்சும் போது
எழும் வீறிடல் கேட்டு
எண்ணற்ற ஆத்மாக்கள் சாந்தி அடைகின்றன

○

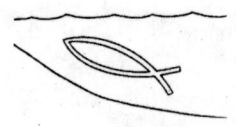

சிறுகோட்டுப் பெரும்பழம்

பதினைந்தாம் வயதின் இரவில்
விட்டத்திலிருந்து என் படுக்கையில்
குதித்தது வேங்கைப்புலியொன்று

கட்புலனாகா அதன் கீறல்களில் கந்தி
உடலெங்கும் வலி பிணித்தது

ஒவ்வொரு காலையிலும்
வேங்கையின் உடல் வாசமதைக்
கவனமாகக் கழுவித்துடைத்தேன்

பிறகு பிறர் அறியாவண்ணம்
அது கூடவே வரத்துவங்கிவிட்டது

(கூர்ந்து நோக்கின் காணலாம்
என் இடக்கண்ணில் வாலையும்
வலக்கண்ணில் தலையையும்)

யாமம் முழுக்க ஒரு யுவதியுடன்
பயணிக்க நேர்ந்த பொழுதில்
அது விரல் நுனியில் நின்றுகொண்டு
பாயத்துடித்தது

அவ்வப்போது பிறனில்
நுழையப்பார்க்கும் அதை
அறநெறி புகட்டி அடக்கி வந்தேன்

எனக்கும் வேங்கைக்கும்
யாதொரு தொடர்புமில்லை என்பதான பாசாங்கை
நீட்டித்துக்கொண்டே இருப்பது
அவ்வளவு சுலபமான காரியமாக இல்லை

வேங்கையின் மூர்க்கம் நாளுக்கு நாள்
கூடிக்கொண்டே வர
முப்பத்தியோராம் வயதின் ஓரிரவில்
என் கறியை அதுவும்
அதன் கறியை நானும் தின்று நண்பர்களானோம்

○

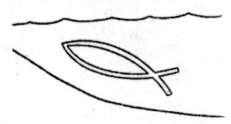

ஏது

இச் சாக்கடை நீரில்
உறுமீன் ஏது
கிடைக்கிற குஞ்சுகளைக்
கொத்தித் தின்
என் கொக்கே

o

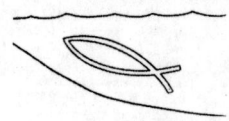

3 கி.மீ.

அந்த ஊருக்கு
இந்த வழியே
3 கி.மீ. எனக் காட்டிக்கொண்டு
நிற்கும்
கைகாட்டி மரத்திற்கு
அவ்வூரைப் பார்க்கும்
ஆசை வந்துவிட்டது ஒரு நாள்

வாஞ்சை கொண்டு
கிளம்பிய மரம்
நடையாய் நடந்துகொண்டிருக்க

3 கி.மீ. 3 கி.மீ. எனத்
தன்னைப் பின்னோக்கி
இழுத்துக் கொள்கிறது
அவ்வூர்

O

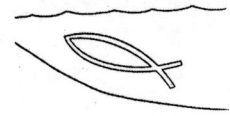

வெற்றி, மிகப்பெரிய வெற்றி

தடதடவெனத் தட்டப்பட்ட கதவு
கடைசியில் உடைத்தெறியப்பட்டது

அந்த வீட்டின் ஆண்கள்
பட்டென்ற சத்தத்திற்கு
செத்துப்போனார்கள்

ஒரு பெண்ணைக் கொல்வதற்கும்
புணர்ந்து, கொல்வதற்கும்
இடையே உள்ள வேறுபாடு
வெற்றிக்கும் மிகப்பெரிய வெற்றிக்குமானது
என்பதை உணர்ந்திருந்தவன்
அவளைக் கிடத்தித்
துகிலினைக் கிழிக்கத் துவங்கினான்

மன்றாடல்களையும்
எதிர்வினைகளையும் தாண்டி
முன்னேறிச் சென்றவன்
அவள் பெண்ணுறுப்பை
மறைத்திருந்த ஆடையை
அகற்ற முற்படுகையில்

உள்ளிருந்து வெளிப்பட்ட
கருநாகம் தீண்டிச் செத்தான்

O

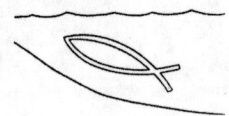

வெளிர் நீலத் துப்பட்டா

அந்த வெளிர் நீலத் துப்பட்டா
மேலெழ முயலுகையில்
அதைப் போலவே
அவனும் படபடத்தான்
பழைய நூல் திரிந்த
கொடியை உதறிவிட்டு
அது காற்றேகிப் பறந்தபோது
அவன் எம்பி எம்பிக் குதித்தானெனினும்
கால்களை இறக்கைகளாக்கக் கூடவில்லை
பற்றுதலுக்கும் கூப்பிடுதலுக்கும்
இயலாத உயரத்தில் அது
பறந்துகொண்டிருக்கிறது
வெறுமனே நின்று பார்ப்பதைத் தவிர
வேறெதுவும் செய்ய இயலாதவன்
அது கண் மறையும்போது கண்டான்
அதில் மனிதனொருவனின்
சிரித்த முகச்சித்திரத்தை
அது தன் முகம் இல்லையென்றும்
தன் சிரிப்பு தன்னிடமே
பத்திரமாக உள்ளதென்றும்
பிதற்றிக் கொண்டலைபவனை
சரி அது உன் முகமில்லையென்று
ஆற்றுப்படுத்துங்கள் யாரேனும்

○

உறுமீன்களற்ற நதி

கன்றுக்குட்டியைப் போல்

கன்றுக்குட்டியைப் போல்
தாவித்தாவி ஓடும் பேருந்தில்
தன்னுடலை ஒரு
கம்பிக்குள் செருகிக்கொண்டு
நிற்கிறாள் அப்பெண்
அவளின் ஒரு கையில் கனத்த கூடையும்
இன்னொரு கையில் சின்னஞ்சிறு சிசுவும்
                இருக்கிறது

கன்று ஒரு முறை
துள்ளும் போது
இரண்டு உயிர்களும்
ஒரு கூடையும்
அந்தரத்தில் ஏறி
இறங்குகின்றன

சோகை கொண்ட தாயின்
ஒற்றைக் கரத்தின் மீது
அவ்வளவு நம்பிக்கை கொண்டிருக்கும்
குழந்தை விளையாட்டாய்ச் சிரிக்கிறது

ஒரு குழந்தைக்கு
5 வயது நிரம்பும் வரை
அது சொகுசாகப் பயணம் செய்ய
ஏதுவாய் கார் ஒன்று
கிடைத்தால்...
என்று நினைத்தேன் ஒரு நிமிடம்

நல்லெண்ணம் கொண்ட அரசு
மறுநாள் காலையில்
அவ்வரசாணையைப் பிறப்பித்தது

◯

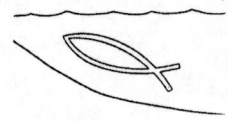

குணா (எ) குணசேகரன்

காணவில்லை

பெயர்   : குணா (எ) குணசேகரன்
வயது   : 31
அடையாளம் : கன்னத்தில் காசளவு
             மச்சமொன்று காணப்படும்
             காணாமல் போனபோது
             நீல நிற டீ-ஷர்ட்டும்
             கறுப்பு நிற பேண்டும்
             அணிந்திருந்தான்.

பேருந்து நிலையச் சுவரொட்டியைப் படித்து
முடித்துத் திரும்பியபோது
எதிரே குணசேகரன் நின்றுகொண்டிருந்தான்
சற்றே மனநிலை பிசகியவர்
எனக் குறிப்பிடப்பட்டிருந்தபடியால்
தயக்கத்தோடே அணுகினேன்
ஏகாதிபத்தியத்தின் அத்துமீறல்களுக்கும்
ஆக்கிரமிப்புகளுக்கும் எதிராய்
கண்டனம் சொன்னான்
நிலத்தடி நீர் உறிஞ்சப்படுவது குறித்து
வருத்தம் தெரிவித்தான்
புறநானூற்றின் 'தொடித்தலை விழுத்தண்டினார்'
பாடலொன்றைக் குறிப்பிட்டுப் பேசினான்
பிகாஷோ ஓவியங்களைப் பார்த்திருக்கிறீர்களா என
வினவினான்
பாவம் அந்த வீடு
குணாவை வைத்துக்கொண்டு
என்ன செய்யப்போகிறது
பாவம் குணா
அந்த வீட்டை வைத்துக்கொண்டு
என்ன செய்யப்போகிறான்

வயிற்றை நிரவிக்காட்டி
பசிக்குது என்றவனுக்கு
உணவுபசரித்துக் கொண்டிருக்கிறேன்
காண்போர் தகவல் தெரிவிக்க வேண்டிய
தொலைபேசி எண் ஒன்று
சுவரொட்டியின் கீழே தரப்பட்டுள்ளது
நீங்கள் சரியென்று சொன்னால்
அவனை வீட்டில் சேர்த்துவிடலாம்

O

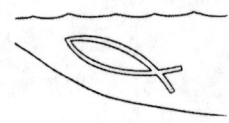

Mr. சஷ்டிக்கவசம்

அலுவகத்திற்கு நேரமாகிவிட்ட படியால்
பூஜை அறையிலிருந்து
அவசர அவசரமாக வெளியேறி
இப்பெரு நகர வீதிக்கு
வந்துவிட்டது சஷ்டிக்கவசம்
உடல் மறைய வாகனங்களை
அணிந்திருக்கும் நகரத்தினூடே
வேகமெடுத்து நடக்கத்துவங்கியது
ஒரு தேநீர் அருந்தலாமா
என யோசித்துக்
காலமின்மையைக் கருதித் தொடர்ந்து நடந்தது
நெருக்கடிகளில் உடல் நுழைத்து
நடக்கும் அது வாகனஓட்டிகள்
தன்னை ஏற்றுவது போல்
வருகையில் திகைத்து நின்றது
அம்மன் சந்நிதியைக் கடக்கையில்
கன்னத்தில் போட்டுக்கொண்டது
பேருந்து நிறுத்தத்தில் ஒரு காதல் ஜோடி நெருங்கி
நின்று குலவுவதை ஒற்றைக் கண்ணால்
முறைத்து நடந்தது
அலுவலகத்தின் முதல்படி நெருங்கவும்
சஷ்டிக்கவசம் முற்றவும் சரியாக இருந்தது

O

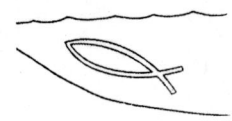

தயங்கித் தயங்கி நகரும் பேருந்து

ஒரு வரைபடம் போல
நடு நேராட்டில் கிடக்கிறான் அம்முதியவன்
கொஞ்சம் தள்ளி
ஒரு சைக்கிளின் வரைபடம் கிடக்கிறது
அவனை மையமாக்கி
சுற்றிலும் தென்னம்மட்டைகளை
வைத்து மறித்திருக்கிறார்கள்

வாகனங்கள் சுற்றி வளைத்துப் போகின்றன

ஜன்னலுக்கு வெளியே
எட்டிப் பார்க்கும் சிறுமியை இழுத்து
தன் மார்பில் புதைத்துக் கொள்கிறாள்
அவளின் தாய்

ஒரு பேருந்து மிக மெதுவாய்
தயங்கித் தயங்கிக் கடக்கிறது அவனை
அதனுள்ளே
தமிழின் மிகமுக்கிய இளம்கவி
இருக்கிறான்
அவன் புத்தகத்தை மூடி வைத்துவிட்டு
கொஞ்ச நேரம் துக்கம் அனுஷ்டிக்கிறான்
பிறகு படிக்கத் துவங்கிவிடுகிறான்
பேருந்து இப்போது
வழக்கமான வேகத்திற்கு வந்துவிட்டது

○

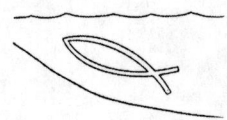

எம் காதற்கிழத்திக்கு நிகழ்ந்தது

கழுத்தில் மாலையோடும்
உடல் முழுக்க ஆபரணங்களோடும்
உடைகள் நிரப்பப்பட்ட சூட்கேஸ்களோடும்
கபிலரோடும்
புக்ககம் புகுந்தாள் அவள்
இருவரும் தொடர்ந்து அளவளாவியபடியே
இருந்தனர்
பிறகு
நாட்கள் வாரங்களாகி
வாரங்கள் மாதங்களாகி
நின்றுவிட்டது இச்சந்திப்பு
ஒரு நாள்
பேச்சினிடையே எழுந்து
இதோ வருகிறேன் என்று
சொல்லிப் போனவள் போனவள்தான்
சமையலறை படுக்கையறை ஆகியவற்றைச்
சிற்றெல்லையாகவும்
திரையரங்கம் பூங்கா கோயில் குளங்கள்
ஆகியவற்றைப் பேரெல்லையாகவும் கொண்டு
அவள் புனைந்த பாடல்கள்
சுத்தமாகப் பிடிக்கவில்லை புலவருக்கு
வெகு காலம் காத்திருந்த கபிலர்
இனி வருவதற்கில்லையென்றான பிறகு
தன் மான்களை ஓட்டிக்கொண்டு கிளம்பிவிட்டார்
குறிஞ்சி நிலத்தின் தண்ணிய சுனை நீர்
கொதிப்பூட்டப்படுகிறது
அவள் பதியவன் நீராட
ஜானி ஜானி எஸ் பாப்பா
கற்றுக்கொண்டிருக்கிறாள் அவள்
குழந்தைகளுக்குக் கற்பிக்க

○

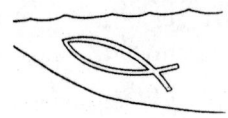

வளர்ந்தாலும் நடந்தாலும்

என் தோட்டத்தில்
ஒரு ரோஜா பூத்திருக்கிறது
அதன் கூந்தல் வெகு தொலைவில் இருக்கிறது

ரோஜாவின் கனவில் கூந்தலும்
கூந்தலின் கனவில் ரோஜாவும்
அடிக்கடித் தோன்றி மறைகிறது

கூந்தலை எண்ணி எண்ணி
ரோஜா கறுத்து வருகிறது
கூந்தல் சிவந்து வருகிறது
ரோஜா நடந்து செல்லவோ
கூந்தல் வளர்ந்து நீளவோ
இயலாது

வளர்ந்தாலும் நடந்தாலும்
சென்று சேர இயலாது

(- சூர்யாவுக்கு . . .)

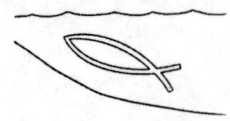

இரவு பதினோரு மணிக்கு மேல்

இரவு பதினோரு மணிக்கு மேல்
எனக்கு வேறு காதுகள் முளைக்கின்றன
அவை சுமார் ஆறு வருடங்கள் பழையவை

நினைவுகளின் அழுத்தம் தாளாது
பாழுங்கிணற்றில் விழுந்து மாயப்போன
என்னைத் தடுத்தாட்கொண்ட கடவுள்
வரமாக அருளினார் இக்காதுகளை

இதன் வழியே நடந்து நடந்து
நான் பல வருடங்கள்
முன் போகிறேன்

என் கேசாதி பாதம் வரை
ஓடை ஒன்றை ஓடப்பண்ணும்
அக்குரலை நானதில் கேட்டேன்

அதன் வழி விரியும்
கதிர் முகத்தைப் பார்த்தேன்

குரலுக்கு ஒரு உடலுண்டு
அதற்கு ஒரு மடியுண்டு
அதில் கிடந்து விம்மினேன்

நான் மறுபடியும்
கிணற்றில் விழப்போகிறேன்

எப்போதும் என்னோடே தங்கிவிட வேண்டும்
இக்காதுகள்

O

உறுமீன்களற்ற நதி

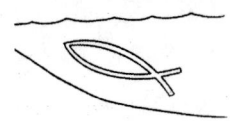

திமிங்கலங்கள்

நேஷனல் ஜியோகிராபிக் சேனலில்
ஒரு கடலைக் காண்பித்தார்கள்
அதில் கறுத்த திமிங்கலமொன்று
தன் பெருமூச்சால் நீரைக் கிளறியபடி
நீந்திக்கொண்டிருந்தது

இன்னொரு சேனலில்
இரண்டு திமிங்கலங்கள்
இரண்டு பெருமூச்சுகள்

ஒன்றை ஒன்று தழுவிக்கொண்டு
தகித்துக் கிடக்கின்றன

இதை இமைக்காது
வெறித்துக்கொண்டிருக்கும்
திமிங்கலத்தின் பெருமூச்சால்
ஒரு சூளையாகி வேகிறது இவ்வறை

O

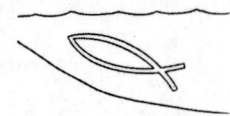

குரல் முத்தம்

'உன் குரல் ரொம்பப் பிடிச்சிருக்கு' என்று
நீங்களும் நானும்
அவரவர் காதலிகளிடம்
கட்டாயம் சொல்லியிருக்கிறோம்

குரலிற்கு முத்தமிட
என்ன செய்யவேண்டுமென்று
யோசித்து யோசித்து
குழம்பித் தீர்த்தாயிற்று

உதட்டிற்கு நாவிற்கு
குரல்வளைக்கு என்று
என்ன செய்த போதிலும்
குரலிற்கு முத்தமிட்ட மாதிரி தோன்றவில்லை

ஒரு முறை தொலைபேசிக்கு
முத்தமிட்டுவிட்டுக் கொஞ்சம் ஆறுதல்
                    அடைந்தபோது
இது தொலைபேசிக்கே ஒழிய
ஒருபோதும் குரலுக்காகாது என்று
உறுதியாக மறுத்துவிட்டான் நண்பன்

உங்கள் காதலி
அவள் குரலிற்கு முத்தமிடச் சொல்லி
உங்களைக் கேட்டால்
நீங்கள் என்ன செய்வீர்கள்

O

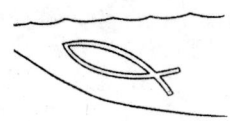

கொஞ்சம் பணம் கொழித்துக்கொள்ளும் வரை

கொஞ்சம் பணம் கொழித்துக்கொள்ளும் வரை
காத்திருக்கச் சொன்னேன்
எழுதுகோலையும் புல்லாங்குழலையும்
இன்று அதிகாலையில் அவைகளைக்
                              காணவில்லை
நேற்றைய இரவே இரண்டும் என் வீட்டைக்
காலி செய்திருக்கலாம்
இருந்தால் தன்னைக் கணக்கெழுத வைத்து
                              விடுவானென்று
எழுதுகோல் கவலையுற்றிருக்கலாம்
தன் மூச்சு வட்டங்களில் காற்றுப் புகாதபடி
பழைய கோணியொன்று இறுக்கிக்
                              கட்டிவிடுமென்று
பயந்திருக்கலாம் என் புல்லாங்குழல்
அது போகும்போது
அறைமுழுக்க எனக்கு ப்ரியமான கீதங்களை
நிரப்பிச்சென்றிருக்கிறது
ஒரு பிரிவுக்கவிதை எழுதி வைத்திருக்கிறது
என் எழுதுகோல்
புல்லாங்குழலையும் எழுதுகோலையும்
எங்கும் பார்த்ததாக எவரும் சொல்லவில்லை
நாளை பிரும்மாண்டமானதாய்க் காத்திருக்கிறது
சந்தோஷம் வெளியேறிவிட்ட என் வீடு

O

தற்கொலைக்குத் தயாராகுபவன்

தற்கொலைக்குத் தயாராகுபவன்
பித்துநிலையில்
என்னென்னவோ செய்கிறான்

அவன் கையில்
குடும்பப் புகைப்படமொன்று கிடைக்கிறது
அதிலிருந்து
தனியே தன்னுருவைப்
பிரித்தெடுக்கும் முயற்சியில்
கத்தரிக்கத் துவங்குகிறான்

எவ்வளவு நுட்பமாகச் செயல்பட்டும்
கைகோர்த்திருக்கிற
தங்கையின் சுண்டுவிரல்நுனி
கூடவே வருவேனென்கிறது

○

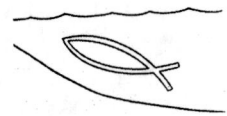

தோழமை

எல்லா வெள்ளியின் மாலைகளிலும்
தான் விளையாடிக்கொண்டிருந்த
மைதானத்தை அப்படியே விட்டுவிட்டு
புறப்பட்டு விடுகின்றனர்
பள்ளிக்குழந்தைகள்
ஒரு நாள்
இல்லை
ஒரு நாள்
பிரிவின் வெம்மை பொறுக்காது
பேருந்தேறும் அப்பெரு மைதானமும்

O

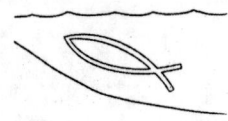

வண்ணத்துப் பூச்சியும் என் கவிதையும்

வண்ணத்துப் பூச்சிகளோடு
என் கவிதையை ஒப்புநோக்கும் அவா
ஏன் எழுந்தது என்று தெரியவில்லை

வண்ணத்துப் பூச்சிகள் பொதுவாக
அடர்கானகத்தில் பிறக்கின்றன
எனக்கும் அவளுக்குமாய் ஜனிக்கின்றன
எனதனேகக் கவிதைகள்

வண்ணத்துப் பூச்சிகள் மொத்தமும்
வண்ணங்களின் சாரம்
வானம் குறித்த என் கவிதையிலும்
துளி நீலம் ஒட்டுவதில்லை

வண்ணத்துப்பூச்சி மலரினும் மெலிதாகி
அதன் மேல் அமர்கிறது
என் கவிதையில் பொருந்தாது
சறுக்கி விழுகின்றன சொற்கள்

வெட்ட வெளியினில் சுந்தரக் கிரீடை
புரிகின்றன வண்ணத்துப் பூச்சிகள்
புத்தக அடுக்குகளின் அடியில்
மறைத்து வைத்திருக்கிறேன்
புணர்ச்சி குறித்த என் முதல் கவிதையை

இரண்டும் மாரிக்காலங்களில்
அதிகம் தென்படுகின்றனவென்றாலும்
வண்ணத்துப் பூச்சிகள் பறப்பன
என் கவிதையவை ஊர்வன

முதலில் வண்ணத்துப் பூச்சிகள்
தங்களைத் தைரியமாக வண்ணத்துப்
                    பூச்சிகளென்று
சொல்லிக்கொள்கின்றன
அந்த இடத்தில்
கொஞ்சம் திக்குகிறது என் கவிதைக்கு

O

உறுமீன்களற்ற நதி

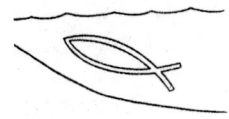

ஒரு காதல் கதை

மெல்ல மெல்லக் கருக்கி வந்தது வானம்
மண்வாசம் தித்திக்க மணந்தது காற்று
ஒளிர்ந்து ஒளிர்ந்து ஓடி மறைந்தது மின்னல்
முதல்ச் சொட்டில் குழைந்தது நிலம்
தூறல் வலுத்துப் பெருமழை துவங்கியது
அவ்வப்போது ஏற்பட்ட
மழைத் தடங்கல்களின் போது
கொஞ்சம் சளி பிடித்துக்கொண்டதுதான்
                              என்றாலும்

மறுபடியும் பொழிந்து
பிணி நீக்கியது மழை
திடீரென இறங்கிய
ஒரு பெரிய இடிக்குப் பின்
மழை அறவே நின்றுவிட்டதெனினும்
நெஞ்சுக்குள் தேங்கிக் கிடக்கும் நீரை
காலமெல்லாம் இறைக்க வேண்டும்

o

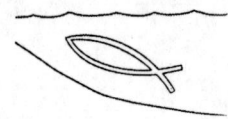

மிக எளிய பணி

உங்கள் அரசர்
உங்களுக்கு மிக எளிய பணி
ஒன்றைத்தான் வழங்கியிருக்கிறார்
அது உங்கள் வசிப்பிடத்திலிருந்து
பத்து கி.மீ. தூரத்திலிருக்கிற
ஒரு மையத்திற்குச் சென்று
கையடக்கமான பொருளொன்றை
வாங்கி வருவது
அதற்குரிய பயணப்படியும்
உமக்கு வழங்கப்பட்டிருக்கிறது
இறுகிப் பிதுங்கியபடி வருகிறது
உரிய பேருந்து
ஒரு காலை வெளிக்கும்
பிறிதொன்றைக் கடைசிப் படிக்கட்டின்
நுனிக்கும் கொடுத்துத்
தொங்கியபடி பயணிக்கிறீர்கள்
இறங்கி நடக்கையில்
பெருமழை கொட்டுகிறது
உங்கள் வெள்ளுடையில்
செந்நீர் இறைத்துப் பறக்கிறது
கனரக வாகனமொன்று
மையத்தின் ஊழியர்கள்
உங்களை நடத்திய விதம்
இதுவரை நீங்கள்
வாழ்வில் உணராதது
அங்கு காத்திருக்க நேர்ந்த
மூன்று மணிநேரத் தாமதத்தால்
குளிர்ஜுரத்தில் நலிவுற்றிருக்கிற
உங்கள் குழந்தையை
மருத்துவமனைக்கு

அழைத்துச் செல்வதாய்
மனைவிக்குக் கொடுத்த வாக்குறுதி
கைநெகிழ்ந்து போகிறது.
உங்கள் அரசர்
உங்களுக்கு மிக எளிய பணி
ஒன்றைத்தான் வழங்கியிருக்கிறார்

O

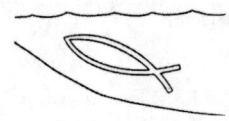

ஒரு சுவாரஸ்யத்திற்காகத்தான்

திருடனாகவோ போலீசாகவோ
இல்லாத ஒருவன்
ஒரு சுவாரஸ்யமற்ற மனிதன்

நம் திரைக்காவியங்களின் இறுதிக்காட்சியில்
பச்சிளம் குழந்தையொன்று
உயரமான உயரத்திலிருந்து
தலைகீழாகத் தொங்கவிடப்படுவது
எதற்காக
ஒரு சுவாரஸ்யத்திற்காகத்தான்

சுவாரஸ்யம் கவ்விக்கொண்டு
வருவதற்கென
எத்தனைப் பிராணிகள் வளர்க்கப்படுகின்றன
ஒரு பத்திரிகை அலுவலகத்தில்

வண்ணவில் வாராத வானத்தில்
பார்ப்பதற்கு ஒன்றுமிருப்பதில்லை

தொய்வுற நடந்த
அந்த ஓவியக்கண்காட்சி முடிவுறும் நாளில்
—ஒரு சுவாரஸ்யத்திற்காகத்தான்—
தன் கட்டை விரலை வெட்டி
காட்சிக்கு வைத்திருந்தான்
தூரிகையாளன்

O

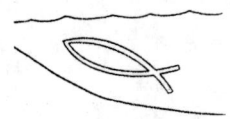

ராசா வேசம் கட்டும் கூத்துக் கலைஞன் : சில குறிப்புகள்

அ) தூக்கத்திலிருந்த ராசா
தேவி! உன் கார்குழலின் வனப்பினிலே...
என ஏதோ முனகத்துவங்க
யோவ் மூடீட்டுப் படுய்யா
என அதட்டினாள் தேவி

ஆ) சோத்துல உப்பைப் போட்டுத்தான திங்கிற
எனத் திட்டிய கந்துவட்டிக்காரனின்
தலை கொய்யும் எண்ணத்தில்
இடுப்பில் உடைவாளினைத் தேடுகின்றன
ராசாவின் கைகள்

இ) ராசாவுக்கு கார் மேல் பவனி வர வேண்டும்
என்ற ஆசை வலுத்தது
தற்போது கஞ்சா கடத்திய வழக்கில்
காவலில் இருக்கிறார்

ஈ) டாக்டர் பீசுக்குக் கடன் வாங்கிக்கொண்டு
ஆஸ்துமா பிணித்த மனைவியோடு
மேட்டு நிலத்தில் எழுந்து நின்று
சைக்கிள் மிதிக்கையில்
அரண்மனை வைத்தியர் எதிரே வருகிறார்

உ) இலக்கிய நண்பர் வீட்டிற்கு வந்திருந்தார்
ராஜா வேடமேற்று நடிக்கும் கூத்துக் கலைஞனின்
வாழ்வை மையமிட்டு ஒரு குறும்படம் இயக்க
இருப்பதாகவும் பாத்திரத்தன்மை உணர்ந்து நடிக்கத்
தகுந்த ஆள் தேடிக்கொண்டிருப்பதாகவும் சொன்னார்

நான்
தொகுப்பூதியத்தில் அரசுப் பணி புரியும்
நண்பன் சத்தியமூர்த்தியைச் சிபாரிசு செய்தேன்

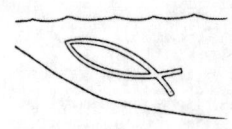

கிடார் கலைஞனின் சடலம்

உன் அழைப்பு தொலைபேசியில்
ஒரு வனத்தின் அதிகாலையை
ஒலிக்கப் பண்ணியது...

சோம்பிக்கிடந்த கிடார் கலைஞன்
எழுந்து இசைக்கத்துவங்கினான்...

செவிகளில் கமழ்ந்தன உன் சொற்கள்
நேற்றைய இரவில் ஒரு கூரான சொல்கொண்டு
நறுக்கிப் போட்டாய் நம் ப்ரியத்தை

வனம் எரிந்து கரியாகியது
ரொம்பவும் கனக்கிறது
கிடார் கலைஞனின் சடலம்

O

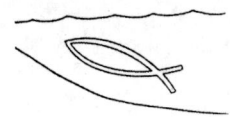

ஒரு கூரான கத்திக்கு முன்னால்

ஒரு கூரான கத்திக்கு முன்னால்
உங்களால் செய்ய இயன்றதென்ன

ஒரு கூரான கத்திக்கு முன்னால்
நீங்கள் அறநெறிகளைப் பிரசங்கிக்கலாகாது
ஏனெனில்
உலகின் முதல் கத்தி
உண்மையைக் கிழிப்பதற்கென்றே வடிவு
செய்யப்பட்டது

ஒரு கூரான கத்திக்கு என்றுமே
தோல்வி பயம் தோன்றுவதில்லையாதலால்
சமரசத்திட்டங்கள் எதையும்
நீங்கள் முன்வைக்க இயலாது

ஒரு கூரான கத்திக்கு முன் தோன்ற
கடவுளர்க்கும் குலைநடுக்கம் உண்டென்கிறபடியால்
உங்கள் அபயக்குரல்கள் செவிமடுக்கப்படுவதில்லை

ஒரு கூரான கத்திக்கு முன்னால்
உங்களுக்கு நன்றாக நினைவிருக்க வேண்டும்
நீங்கள் டாக்டர் சே குவேரா அல்ல
ஒரு கூரான கத்திக்கு முன்னால்
உங்களால் செய்ய இயன்றதென்ன
மன்னித்தருள வேண்டி
கத்தியின் கால்களைக் கட்டிக்கொண்டு
மன்றாடுவது அல்லது
அதன் கணக்கில் மேலும்
ஒரு வெற்றிப்புள்ளியைக் கூட்டி
துடிதுடித்தடங்குவது

(ஷோபாசக்திக்கும் இளங்கோகிருஷ்ணனுக்கும்)

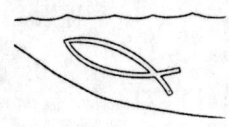

சகலமும்

சகலமும் கலைந்து சரிய,
அழுதழுதடங்கியவன்
தன்னருகே வந்து
குழைந்த நாய்க்குட்டியை
மெல்லமெல்லத் தடவிக் கொடுத்தான்
அது அவன்
உடலாகவும் இருந்தது

O

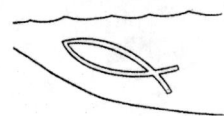

வெக்கைக்கவிஞன் சொல்வதாவது

என் கவிதைக்குள்
ஒரு மலர் சுடர்ந்து
எவ்வளவோ காலமாகிவிட்டது

அருவிகள் பெருகி வழிவதில்லை
குளமொன்று காணக்கிடைப்பதில்லை
சொட்டு மழைகூட இல்லை

வானமே இல்லையென்பதால்
பறவைகளும் இல்லை

சுந்தரிகளின் மந்தகாசமோ
குழந்தைகளின் கனிகோலமோ
இல்லவே இல்லை

ஒரு மரமிருந்து
அது அசைந்தால்தானே
மந்தமாருதம் தவழ்வதற்கு

நிலவொளி படராத என் சொற்களை
இன்னும் எத்தனைக் காலத்திற்கு
நீங்கள் படித்துக்கொண்டிருப்பீர்கள்

O

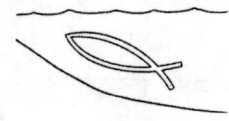

ஓப்பியடிக்கும் பெண் அதிகாரி

நேற்றைய நாளின் மயக்கத்தோடும்
அசதியோடும் வருகிறாள்.
எப்போதும் ஆயுதம் தரித்திருக்கும் கையில்
ரகசியமாக மறைத்து வைக்கப்பட்டிருக்கிறது
போதை கிளர்த்தும் ஊசிக்குப்பியொன்று.
வருகைப்பதிவேட்டில் கையொப்பமிட்டவுடன்
ஓய்வறையில் சரிந்துவிடுகிறாள்.
கடவுளரின் உலகத்தில்
வெறுமனே உண்டுறங்கி உலவித்திரியும்
சுந்தரபுருஷர்களில் நாள் ஒருவனை
தெரிவுசெய்து திளைக்கிறாள் நிசி முழுக்க.
(வேறு வழியின்றி ஒருமுறை ஊசிமருந்து சப்ளை
செய்பவனுடனும்)
அவளின் டேபிளில்
பரிபாலிக்கப்படவேண்டிய கோப்புகள்
தேங்கிக்கிடக்கின்றன.
தாயே தாயே
என விண்ணப்பக்குரல்கள்
பல்கிப் பெருகி இறைஞ்சிக் கதற
நிச்சலனத்தில் மல்லாந்திருக்கிறாள்
பாரதியின் பராசக்தி.

○

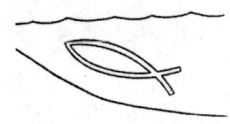

அழைப்பு மணியை

அழைப்பு மணியைக் கைக்கொள்ள
பிரயாசைகொண்டிருந்தவனை
காலம் சமைத்துப் போட்டது
அதற்குக் காது கொடுத்து நிற்பவனாக

சில நிசிகளில்
மணியோசை மண்டைக்குள் முழங்க
தான் திடுக்கிட்டு விழிப்பதாய்
அவன் சொல்வது ஒரு மிகைக் கூற்றல்ல
அது ஒரு வேண்டுகோள்
அதிகபட்சம் ஓர் அழைப்பு
என அவனை ஆற்றுப்படுத்தும்
என் எல்லா முயற்சிகளும்
தோல்வியில் முடிகின்றன

காற்றில் நீளும் ஒலியின் கரங்கள்
தன் சட்டைக்காலரைப் பிடித்து இழுப்பதாகவே
அவன் திரும்பத் திரும்பச் சொல்கிறான்

கடைசியாக அலுவலகத்தைப்
பூட்டிவிட்டுச் செல்லும் போது
தன் கட்டைவிரலால் அழுத்திப் பிடித்து
கதற விடுவான் அழைப்பு மணியை
பிறகு பதற்றமேறி
அதை நன்றாகத் துடைத்து வைப்பான்
அவன் 'பிரபு' ஒரு தடயவியல் நிபுணரா என்ன?

(துரை என்கிற திருமலைசாமிக்கு)

○

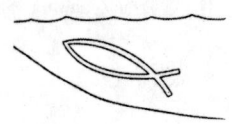

இரயில் சக்கரங்களும் தூக்க மாத்திரைகளும்

முப்புறமும் வலியால் கட்டியெழுப்பப்பட்டு
பின்புறம் மயங்கிய மென்திரை கொண்டும்
சூழப்பட்டிருக்கிறது
நான் அடிக்கடி அடையத்துடிக்கும் அது

புத்திக்கூர்மை கொண்டவர்களாக
தம்மைக் கருதிக்கொள்பவர்கள்
பின்புறத்தையே தெரிவு செய்வார்களெனினும்
நான் அறிவேன் அதன் நிச்சயமின்மைபற்றி
அவ்வழித்தடத்தில் பெருகிவிட்ட
வெள்ளைக்கோட் அணிந்த
காவலர்கள்பற்றி
(அவர்கள் மறுபடியும் நம்மைத்
துர்மிருகங்களின் உறுமலோசை கேட்கும்
நமது வீட்டிற்கே செலுத்திவிடும்
நுட்பம் கற்றவர்கள்)

வலியைக்கருதி உறுதிகுன்றாதவர்களே
அதனைக் கண்டு காணாமல் போகும்
பேறு பெற்றவர்கள்

நீங்கள் உங்கள் வேலையைக் கவனியுங்கள்
இந்தக் கவிதைசொல்லி ஒரு பேடிப்பயல்
இதற்கு முன்னும் இப்படிப் பலமுறை
வலிமுன் வந்து வீரமாய் நின்றிருக்கிறான்
கடைசியில் ஒரு கவிதையைச் சொல்லிவிட்டுப்
                              போய்விடுவான்
நீங்கள் உங்கள் வேலையைக் கவனியுங்கள்

O

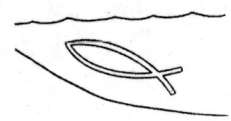

பிதாவே

ஒரு பந்தென இருக்கிறோம்
கடவுளின் கைகளில்
அவரதைத் தவறவிடுகிறார்
தொப்பென வீழ்ந்து விடாதபடிக்குத்
தன் பாதத்தால் தடுத்து
முழங்காலால் எற்றி
புஜங்களில் உந்தி
உச்சந்தலை கொண்டு முட்டி
இரு கைகளுக்கிடையே
மாறி மாறித் தட்டி விளையாடுகிறார்
மறுபடியும் பாதத்திற்கு விட்டு
கைகளுக்கு வரவழைக்கிறார்

"நான் உன்னை விட்டு
விலகுவதுமில்லை; உன்னைக் கைவிடுவதுமில்லை"
பிதாவே! தயவு பண்ணி எம்மைக் கைவிடும்

O

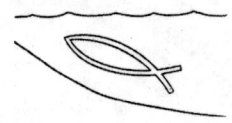

கற்பெனப்படுவது

கற்பெனப்படுவதை
யாரும் கண்ணுற்றதில்லையாதலால்
அதன் வடிவம் குறித்த சந்தேகங்கள்
பெருகிய வண்ணம் இருக்கின்றன

வட்டம் சதுரம்
செவ்வகம் முக்கோணம்
நீள் வட்டம் அரைவட்டம்
எனப் பல அனுமானங்கள்
யோனி வடிவில் இருப்பதாகவும்
ஒரு கருத்துண்டு

கறைபடிந்துவிட்டால்
பின் நீக்கமுடியாது என்பதிலிருந்து
அதன் வண்ணம் தூய வெண்மை என்பது
பொதுவாக
ஏற்றுக்கொள்ளப்பட்டுவிட்டது

கற்பு இடையில் தொலைந்ததல்ல
அதன் புகைப்படமும் யாரிடமும் இல்லை
எனவே அதைக் கண்டுபிடிப்பது எளிதானதன்று

அதை ஒரே ஒருமுறை மட்டும்
பார்த்திருப்பதாகச் சொல்பவன்
அது சிரிக்கவே சிரிக்காததென்றும்
முகத்தில் அச்சத்தையும்
கோபத்தையும் எப்போதும்
ஏந்தியபடியிருக்கும் என்கிறான்

தீங்கிலிருந்து தப்பிக்க இயலாதபோது
தன்னைத்தானே
அறுத்துக்கொள்ள ஏதுவாய்
கழுத்தில் கத்தி ஒன்றை

தொங்க விட்டிருக்கும் என்பதும்
அவன் சொன்னதுதான்

கற்பு என்பதை
ஒரு பூவினம் என நினைத்த
சிறுமியொருத்தி
அதை வனம் முழுக்கத் தேடியலைகிறாள்

O

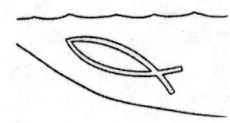

ஒரு பிளாஸ்டிக் டம்ளர்

அந்த பிளாஸ்டிக் டம்ளர்
விருந்தொன்றில் நீர் பருக
உபயோகிக்கப்பட்டது
மறைவிடத்தில் கழுவப்பட்டு
மறுபடியும் நீர் தேநீர் பாயசமென
சுழன்ற அது கடைசியில்
எச்சிலைகளோடு எறியப்பட்டது
விளையாட்டுச் சிறுவர்கள்
கவிழ்ந்து கிடந்த டம்ளரை நிறுத்திவைத்து
தன் சிறுநீர்த் துளிகளை
அதில் வழியச் செய்தனர்
காற்றின் கருணையால்
பெருநகர வீதிகளைக் கடந்து
காடு மலையென அலைந்து திரிந்தது
கொடிய பசி கொண்ட
நாயொன்று அதை நக்கிப்பார்த்துவிட்டுப் போனது
மரணமிலா இழிவாழ்வால்
துவண்டிருந்த அதை
அதைப்போலவே காடுகளில்
அலைந்து திரியும்
சற்றேறக்குறைய பைத்தியம் எனப்பட்ட ஒருவன்
தொட்டுத் தூக்கினான்
சுனைநீரால் நீராட்டினான்
அவனால் கொஞ்சம்
மதுரசம் ஊற்றப்பெற்ற அது
சாபம் நீங்கி
பொற்கலயமானது

○

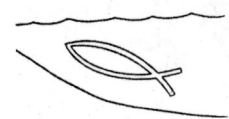

அதிரஸக்கலையின் இளஞ்சிவப்பு நிறத் தாவணி

முற்றத்தில் காய்ந்துகொண்டிருக்கிறது
இளஞ்சிவப்பு நிறத் தாவணி

உள்ளுக்குள் உடுத்தியலைகிறேன் அதை

ஒரு மாயக்கம்பளமாகி
அது தூக்கிப்பறக்குமெனை
என் கௌமார காலங்களுள்

நினைவுத்திரவம்
விழிமுட்டி வழிகையில்
மாரோடணைத்துக் கொள்வேன்

படுக்கையாக்கி
உருண்டு சுருள்வேன் அதற்குள்

இரவுகள் சிலதில்
அது பெண்ணுருக்கொள்வது ஓர்
அமானுஷ்யம்

இளஞ்சிவப்பு நிறத் தாவணியின்
இளஞ்சிவப்பவளை
எச்சூறைக்காற்றும் கொண்டு போவதில்லை

○

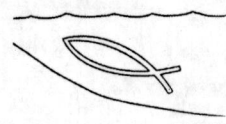

இன்றி

வேரின்றித் தோன்றி
கிளையின்றிச் சாய்தல்
நன்று நமக்கு

o

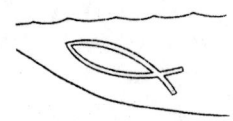

குழந்தைகள் பைத்தியங்கள் கவிஞர்கள்

வெகு காலம் கழித்து மண் வந்தது மழை
அது அறிந்தே இருந்தது
குடைகள் மற்றும் மறைவிடங்கள் பற்றி

குழந்தைகள் பைத்தியங்கள் கவிஞர்கள்
பொருட்டே பொழிந்ததது

குழந்தைகள் இப்போதெல்லாம்
அப்பாக்களை நம்பாமல்
தாமாகவே கப்பல்கள் செய்யப்
பழகிக்கொண்டதை அறிந்தபோது
மழைக்கு மட்டற்ற மகிழ்ச்சி
இனி ஒருபோதும்
கப்பல்களைக் கவிழ்க்க மாட்டேனென்று
உறுதியளித்தது அது

பைத்தியம் தன் பைத்தியம் தவிர
எல்லாவற்றையும் கழுவிக்கொள்ளும்
பாவனையில்

கைகள் விரித்து
அண்ணாந்தபடி நிற்கிறது

நள்ளிரவில் வீடு வந்த கவிஞன்
தன்னைப்பற்றி என்ன எழுதுகிறானென்று
தாழ்வாரத்தில் ஒற்றை முத்தாய்த் தொங்கியபடி
பார்த்துக்கொண்டிருக்கிறது மழை

○

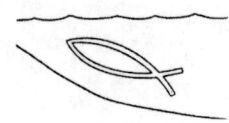

ஒரு நல்ல கவிதை

ரஸத்திலே தேறவும்
பணத்தினைப் பெருக்கவும்
ஒருசேர முயன்றவன்
தன் ஒற்றைக் கண்ணால் கவிதையையும்
இன்னொரு கண்ணால் கணிதங்களையும்
கவனித்து வந்ததால்
இரண்டுமே சரியாகப் புலப்படவில்லை

இருபத்தி மூன்று நூறு ரூபாய் நோட்டுக்களையும்
பதினைந்து பத்து ரூபாய் நோட்டுக்களையும்
சேர்த்து எண்ணி முடிக்கையில்
அதன் கூட்டுத்தொகை
ஒரு கவிதையாகி வந்தது

முதல் வரியையும்
இரண்டாம் வரியையும் கூட்டி
கடைசிவரியால் வகுக்கிறான்
அவன் கவிதையில்

காற்றில் மிதக்கும் சொகுசுக் கார்
கெட்டி அட்டைப் பதிப்பில்
ஒரு கவிதைத் தொகுப்பென
இரு முரணாசைகள் அவனுக்கு

கனவானாகவும் இயலாத
கவிஞனாகவும் கூடாத
துயரம் அழுத்த
வவுச்சரின் பின்புறத்தில்
நேற்றவன் எழுதியது
நிஜமாகவே ஒரு நல்ல கவிதை

○

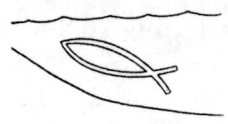

தனிமை

அதி ஆழமான
பாழ்கிணறு என் தனிமை
ஒரு சொல்லிட்டு
நீ அதை நிரப்பு

O

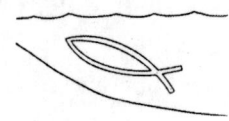

வள்ளுவன் – வாசுகி – கிணறு

தன் பதியல்லாத ஒருவனுடன்
சல்லாபித்திருப்பதாய்
கண்ட கனவிற்காய்
திகைத்தெழுந்தாள் அவள்
இதுவரையும் பிறிதொருவனை
ஏறெடுத்தும் பார்த்திராத தமக்கு
ஏன் இப்படி ஒரு கனவு
நிகழ்ந்ததெனப் புரியாமல்
தவித்தாள்
கனவு என்பது
ஆழ்மன எண்ணங்களின் வெளிப்பாடு
என்று எப்போதோ படித்தது
அவள் தவிப்பை
மேலும் கூட்டியது
அம்மன் சன்னிதியில் முழந்தாளிட்டு
கண்ணீர் பெருக்கினாள்
துர்கனவுகளிலிருந்து ரட்சிக்க
விசேடக் கடவுள் ஏதும் இருக்கிறதாவென
பக்கத்துவீட்டு மூதாட்டியிடம் கேட்க
அவள் அப்படி ஏதும் இல்லை என்று சொல்லி விட்டாள்
பகலெல்லாம் அக்கனவைத் தூக்கிக்கொண்டு
திரிந்தவள்
அதிலிருந்து தப்பிக்க வேண்டி
தொலைக்காட்சியை ஓடவிட்டபோது
அதில்
வள்ளுவன், வாசுகி, கிணறு என
யாரோ ஒரு பேராசிரியன்
உரையாற்றிக்கொண்டிருக்கிறான்
பாவம்

என் செய்வாள் அவள்
இரவு மெல்ல மெல்ல நெருங்கி வருகிறது
கணவனின் கரத்தை இறுகப் பற்றியபடி
இரவெல்லாம் விழித்துக் கிடக்கிறாள் அவள்
                              (ஜீ. முருகனுக்கு)

o

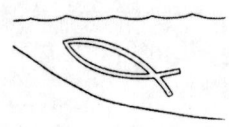

விஸ்வரூபம்

குற்றுயிராய்க் கிடக்கிறான் அங்க தேச அரசன்
குடைந்த அம்பின் துளை வழியே
உயிர் பறந்துவிடாமல்
காத்து நிற்கிறாள் தர்மத்தின் தேவதை
யாசகன் வடிவேற்று வந்த சூது
அவன் தர்மத்தின் பலனையெல்லாம்
யாசித்து நிற்கிறது
இல்லையெனும் சொல்லறியா மன்னவனும்
அவ்வாறே தந்தருள
தர்மத்தின் பலனையெல்லாம்
தாரைவார்த்த தர்மத்தின் பலன்
பல்கிப் பெருகி விஞ்சியது
மண்ணில் வீழ்ந்திருந்த அறபுருஷன்
எழுந்து விரிந்து பரந்து நின்றான்
மா கடலில் சிறு மச்சமென
பிரபஞ்சம் அவனுள் நீந்திக்கொண்டிருக்கிறது
அண்ணாந்து நோக்கி
மயங்கிச் சரிகிறான் மாயன்

o

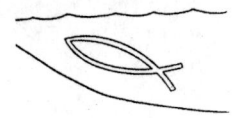

மயக்குவித்தைக்காரன் பின் செல்லும் சிறுமி

எது உன்னை ஈர்த்தது அவ்விடம் நோக்கி
வசீகரம் கூடிய மாயக்கரங்கள்
வாவென்றழைக்க, கிளம்பிவிட்டாய்
மயக்கு வித்தைக்காரன்பின் செல்லும் சிறுமி நீ
சரளைக்கற்களின் மீது
மேடான மேட்டில்
எதற்கிந்த நடை
வியர்வைப் பெருக்கில் ஆடைகள் நவநவத்துவிட்டன
நீ சலித்து ஓயும் ஒவ்வொரு வேளையிலும்
அது தன் வனப்பின் சின்னஞ்சிறு துளியை
உன்மீது தெளிக்கிறது
நீ மறுபடியும் சிறுமியாகிறாய்
வேண்டாம் இவ்வலி என்று சொன்னால்
பாதி தூரம் வந்துவிட்டேனே
எனக் கலங்கும் நண்பா
அரவக்குட்டிகள் பதுங்கிக் கிடக்கும்
காட்டுவழி துவங்குகிறது
நல்லதற்கே சொல்கிறேன்
இப்போதேனும் திரும்பிப் போ

O

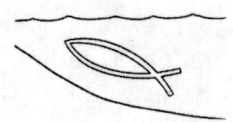

மொட்டைமாடியில் வசிக்கும் கவிதைகள்

மொட்டைமாடிகளில் கவிதைகள் வசிக்கின்றன
விசாலமான காற்று வெளி என்பதால்
அவை அங்கு நிறைவாழ்வு வாழ்கின்றன
வானத்தின் முன் கண்மூடி
வானத்தின் முன் கண்விழிக்கும்
அதன் முகங்களில்
நிலவின் கற்றைகள் ஜொலிக்கின்றன
அதன் பற்களில் விண்மீன்கள் மின்னிடுகின்றன
கேசமதில் நள்ளிரவு இறங்கி இருக்கிறது
வேனிற்காலங்களில் அதில்
கானல் மீன்கள் நீந்துகின்றன
மாரிக்காலங்களில்
அது ஒரு சக்கரவாகத்தின் திறந்த அழகு

மொட்டைமாடியில்
தேநீர் அருந்துவது
துணிகள் உலர்த்துவது
புத்தகம் படிப்பது
ஓடி விளையாடுவது
திராட்ச ரசம் பருகுவது
காதலின்பம் கூட்டுவது
வெறுமனே நிற்பது
இவை ஒரு ரசமான கவிதையின் சொற்கள்

O

உறுமீன்களற்ற நதி

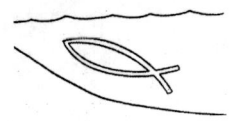

பித்தேறிய கனா

ஒரே ஒரு நட்சத்திரம்
ஆயிரமாயிரம் நிலாக்கள்
இவ்வானம் தோன்றியது
ஒரு கனவில்
கனா நிகழ்ந்தது ஒரு கவிக்கு
கவி துயில்வது ஒரு மொட்டை மாடியில்
மொட்டை மாடியில் கிடக்கின்றன
இரு காலி மதுப் புட்டிகள்.

O

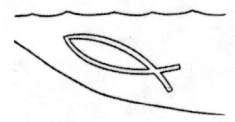

பணிமனை

மனோரம்யமான மாலைவேளையின்
கடற்கரை நிலத்திலிருந்து
வெக்கை எழும்பும்
என் இருக்கைக்கு இழுத்துச் செல்லப்படுகிறேன்
ஒரு பிடிவாதமான சிறுமியை
பலம் பொருந்திய ஒற்றைக் கை
அனாயாசமாக இழுத்துச் செல்வதைப் போல்
கடலைத் திரும்பித் திரும்பிப் பார்க்கிறேன்
அது எழுந்து உடன் வராது எனும்போதும்
கடல் முயன்று பார்க்கவே செய்தது
வரிசையாக அலைகளை எழுப்பி
என்னை நோக்கி விரட்டியது
பண்டகசாலைகள் பெரிய பெரிய கட்டடங்கள்
அவைகளை மிரட்டி
மீண்டும் கடலுக்குள் தள்ளிவிட்டன
கடைசியாக ஒருமுறை கால் நனைத்துக்கொள்ள
நான் அனுமதிக்கப்படவில்லை
நுரைகளை அள்ளி
முகம் கழுவிக்கொள்ள
வாய்ப்பேதுமில்லை
பணிமனை நுழைவாயிலில்
கவனமாகச் சோதனையிடப்பட்ட நான்
புட்டத்தில் ஒட்டியிருந்த
ஒன்றிரண்டு மணல் துகளையும்
பறிகொடுக்கிறேன்

O

உறுமீன்களற்ற நதி

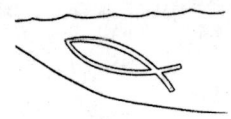

புத்தன் அழுதான்

ஆற்றமாட்டாது
கண்ணீர் பெருக்கியபடி இருந்த ஆனந்தாவுக்கு
திடீரென தான் ஒரு புத்தன் என்பது
பிரக்ஞையில் படவே
அழுகையை நிறுத்திக் கண்களைத் துடைத்துக்
கொண்டான்

நித்ய ஸாந்தமும் மந்தகாசமுமாய்
தன் முகத்தை நிலைநிறுத்த முயன்றானெனினும்
அங்குமிங்கும் இழுத்துக்கொண்டு நெளிந்த
முகரேகைகளின் வழியே கண்ணீர் பீய்ச்சியது
அது அவன் தம்மங்களனைத்தையும்
அடித்துக் கொண்டோடியது
மறைவிடம் தேடி ஓடும் ஆனந்தா
எவ்விடம் போயினும் நீ ஒரு புத்தனே
இன்னும் சில வினாடிகளில்
மரிக்க இருக்கிறான் உன் புத்தன்
அவனுடலெங்கும் சிந்தட்டும் உன் கேவல்கள்
வாரி அள்ளி மடியிலிட்டு
பெருங்குரலில் வெடித்தழு புத்தா

o

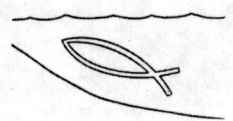

பூனை

பூனை ஒரு விலங்கு
அதற்குத் தெரிந்திருக்கிறது
ப்ரியமானவர்களைக் கடிக்கும் முன்னே
பற்களை எப்படி உதிர்த்துக்கொள்வதென
ஸ்பரிசிக்கும் போது
நகங்களை எவ்வாறு மழுங்கிக்கொள்வதென

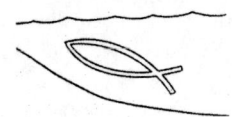

கிரீடங்களை மட்டும் தாங்கும் தலைக்காரன்

கிரீடங்களை மட்டும் தாங்கும் தலைக்காரன்
கொஞ்சம் காற்றோட்டம் வேண்டி
ஒருமுறை அதைக் கழற்றி வைத்தான்
அப்போது நூற்றுக்கணக்கில் பறவைகள் கூடி
எச்சமிட்டன அவன்மேல்
உக்கிரமேறிக் கத்தியவன்
தன் உடைவாளை உருவி
துண்டு துண்டாய்க் காற்றைக் கிழித்தான்
பறவைகள் பறந்துவிட்டன என்பதால்
பறக்க முடியாத ஏவலாட்களை அழைத்து
இது எப்படி நடந்தது
எப்படி நடந்தது
எனக் கேட்டு நையப்புடைத்தான்

O

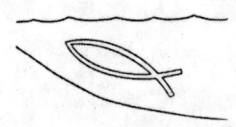

முன்னொரு காலத்தில் குணசேகரன் என்றொருவன் வாழ்ந்துவந்தான்

உங்களுக்கு குணசேகரனைத் தெரியுமா?
ஆத்மாநாம் கோபிகிருஷ்ணன்
ஆகியோர் வாழ்ந்துவந்த மகாகவி
பாரதியார் வீதியின் கடைசிக் குடியிருப்பு
அவனுடையது
எங்கும் தூசிகள் விரிக்கப்பட்டிருக்கும்
சின்னஞ்சிறு அறை
பூச்சுகள் திறந்து செவ்வண்ணம் காட்டும்
மண் சுவர்கள்
புகைத்தொழித்த பீடித்துண்டுகள்
குடித்தொழித்த மதுக்குப்பிகள்
தேவைகளின் போது அலசிக்கொள்கிற
ஐந்தாறு பிளாஸ்டிக் டம்ளர்கள்
(பிளாஸ்டிக் பொருட்கள் மனித குலத்திற்கு
இழைக்கும் தீங்குகள் குறித்து அவனுக்கு
நீங்கள் அறிவுறுத்த வேண்டிய அவசியமில்லை)
குணசேகரனுக்கு நிறைய நண்பர்கள் இருந்தனர்
நண்பர்களுக்கு மனைவிகளும் காதலிகளும்
செல்லக்குட்டிகளும் ப்புச்சுப் பையன்களும்
இருந்தனர்
ஒரு விடுமுறை ஞாயிறு
குதூகலத்தின் வெள்ளம் பெருக்கெடுக்கத் துவங்கியது
இரண்டு பெரிய புட்டியில்
அடைத்துவைக்கப்பட்டிருந்த
சொற்கள் முழுவதையும் காலி செய்தனர்
பேச்சுக்கள் பேச்சுக்கள் பேச்சுக்கள்
நிலா உதிக்கத் துவங்கிய பொழுதில்
நண்பர்கள் ஒவ்வொருவராக வற்றத்தொடங்கினர்
அருகிருக்கிற நீலகண்டேஸ்வரர் திருக்கோவில் மணி
தனியனின் செவிகளில் ஒலித்தது

பல்லாண்டுகள் கழித்து கடவுளுக்கு
காட்சியளிப்பது குறித்து அவன் யோசித்தான்
வழியில் ஆளில்லா லெவல் கிராஸிங் ஒன்று
குறுக்கிட்டது
ரயில் கடக்கட்டும் என்று காத்திருந்தவன்
கடைசிப் பெட்டிக்கும் முந்தைய
பெட்டிக்குமிடையே ரயிலைக் கடந்தான்

O

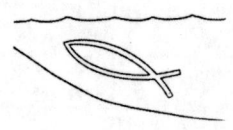

நாய் கவிதைகள்

1. கனரக வாகனங்களைக்
   கடிக்கத் துரத்தும்
   நாயின் படிமம் எனக்கு

2. நாய்க்குத் தெரியும்
   வாகனங்கள் பறந்து விடுமென்று
   அது சும்மா துரத்துகிறது

3. ஒருமுறை பார்த்தேன்
   கடைவாயில் இரத்தம் ஒழுக
   ஒரு நாயை
   அது நின்றுகொண்டிருந்த பேருந்தை
   கடித்துக் கடித்துத் தின்றுகொண்டிருந்தது

4. சூரியனைப் பார்த்து
   நாய் குரைத்தால் யாருக்கு லாபம்
   குரைத்துக்கொண்டிருக்கிறது
   என்பதில் நாய்க்கு
   குரைத்துக்கொண்டுதான் இருக்கிறது
   என்பதில் சூரியனுக்கு

5. இது ஒரு சுவாரஸ்யமான விளையாட்டு
   சிறுவர்கள் ஒவ்வொருவராக ஓடிவந்து
   சுருண்டு கிடக்கும் கிழட்டு டைகரைத்
   தாண்டிக்கொண்டிருக்கிறார்கள்
   ஒவ்வொரு முறையும்
   கண்களைத் திறந்து திறந்து
   மூடுகிறது அது

○

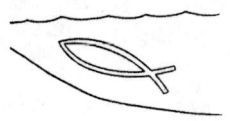

அல்லது

விழுங்க இயலாத
இந்தக் கசப்பை விழுங்கு
அல்லது
உயிரோடு சேர்த்துக் குமட்டு

O

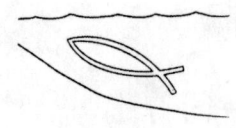

ஓரிரவில்

ஓர் இரவில்தான் நேர்ந்தது
அந்த விபரீதம்
புத்தக அடுக்குகள் கலைக்கப்பட்டு
ஒழுங்கு சிதறிக்கிடந்தது மேசை.
பிரிக்கப்பட்ட கவிதை ஏட்டின் மேல்
அமர்ந்திருந்தது
அந்த எழவெடுத்த பூனை

நெஞ்சு பதறி
சினம் ததும்ப
அந்தச் சிறு தலையில் ஒரு பலமான குத்து
கழுத்தைக் கவ்வித்
தூக்க முனைகையில்
அதன் கூரிய நகங்களின்
விடாப்பிடியில்
சிக்கிக் கிழிந்தது தாள்

வெறி மிகுத்துப் போய்
தண்டவாளங்களும் பாம்புகளும் ஊரும்
ஊர்ப்புறத்துக் காட்டுப் பகுதியில்
கொண்டு போய்
வீசிவிட்டு வந்தேன்

மெல்ல மெல்லக் கொதிநிலை குறைந்து
தாமதித்து நிகழ்ந்த நித்திரையில்
ஒரு கனவு

பூனைகள் குழுமியிருந்த அரங்கில்
'ம்யாவ்' மொழியில் பெயர்க்கப்பட்டிருக்கிற
முதல் தமிழ்க் கவிதை
என்கிற அறிவிப்போடு
என் வீட்டுப் பூனை எழுந்து வாசித்தது
கிழிபட்ட என் கவிதையை

❍

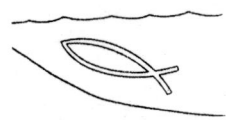

என் காதலியைக் கொல்ல வேண்டும்

என்னை ஒரு மனநோயாளி ஆக்க வேண்டும்
எனக் கடவுள் விரும்புகிறார்
அதற்காக அவர் என் வழிகளைக் குழப்புகிறார்
என் உறக்கத்தைக் கொத்தச் சொல்லி
பாம்புகளை ஏவுகிறார்
மண்டைக்குள் ஒரு அடுப்பை நிறுவி
அதை இருபத்தி நான்கு மணி நேரமும்
எரியூட்டுகிறார்
எப்போது வேண்டுமானாலும்
நிகழலாம் எனும்படிக்கு
என்னைச் சுற்றிலும் எண்ணற்ற தீமைகளை
                            விதைத்தார்
ஆனால் எனக்கொரு காதலி இருக்கிறாள்
தாய் போல் என்னை மாரோடணைத்துக்
                            கொள்கிறாள்
மடியிலே கிடத்திக் களிமுத்தமிடுகிறாள்
சிறுமி கைப்பொம்மையென
எப்போதும் ஏந்தித் திரிகிறாள்.
கடவுளே
நீர் என்னை ஒரு மனநோயாளி ஆக்க
                            வேண்டுமெனில்
முதலில் என் காதலியைக் கொன்றாக வேண்டும்.

O

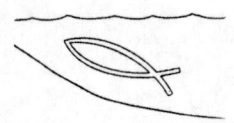

பேரின்ப வகைப்பாட்டில் வரும் ஃபிளம் கேக் சாப்பிடுதல்

எனக்கு அவ்வப்போது
ஃபிளம் கேக் சாப்பிட வாய்க்கிறது
இவ்வாழ்வில் எனக்களிக்கப்பட்டிருக்கிற
சந்தோஷங்களில் முக்கியமானது இது
அதைப் பேசத் துவங்குகையில்
இதோ என் நா சொக்குகிறது
உச்சியில் வீற்றிருக்கும்
செர்ரியின் மணமது
காற்றில் கமழ்கிறது
அதன் ஒவ்வொரு துண்டும்
தொண்டைக்குள் இறங்க
உடல் முழுக்க இனிப்பாகும்
ஏனைய நாட்களின் மேல்
துடுப்பிட்டு துடுப்பிட்டு
அந்த நாளை நான் அடைவேன்
ஃபிளம் கேக் சாப்பிடும் தருணங்களில்
உயிர் வாழ்கிறேன்
ஃபிளம் கேக் சாப்பிடுவதற்காக
வாழ்ந்து கொண்டிருக்கிறேன்

◯

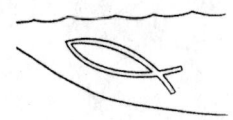

விட்டு விடுதலை...

என் வாழ்வின் கெடுதியான
நாட்கள் நடந்தேறிக்கொண்டிருக்கின்றன
இனி தட்டுவதற்கென்று
கதவேதுமில்லை
தீதின் கடுமழைக்கு நிலைக்காத
தீபத்தின் சிறு உடலன்
வெதும்பி அலைகிறேன்
எங்கென்றில்லாது...
ஏனென்றில்லாது...

வழியில் தென்பட்ட
காரிலிருந்து ஒருத்தி
தயைகொண்டு நோக்கினளே ஒருமுறை

அய்யோ !
மொத்த உயிரும் கரைந்து
இமை முட்டி நின்றதுவே
ஒரு சொட்டாய்
விட்டு விடுதலையாகி நின்றேனே இக்கணம்

இனி துயரில்லை மகனே
என மொழிந்து சென்ற உருவவள்
அழகியல்லள்...
தாயுமல்லள்...
இறைவியல்லள்...
பெண்ணுமல்லள்...

○

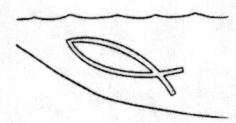

நிலைபெறும் மனம்

ஒரு பைத்தியம்
பிளேடால்
தன் கைநரம்பை அறுத்துக்கொள்கிறது
இரத்தம் பொங்கி வழிகிறது
அது தன் இன்னொரு கையால்
ஓட்டையை அடைக்கப் பார்க்கிறது
தண்ணீரில் கழுவிக்கொள்கிறது
கிடைக்கிற துணிகளையெல்லாம்
வைத்துச் சுற்றுகிறது
இரத்தத்தை நிறுத்த
அது சகல வழிகளையும்
மேற்கொள்கிறது
இந்தக் கணங்களில்
மனதின் ஓயாத அலைச்சலில் இருந்து
தப்பித்துக்கொள்கிறது

O

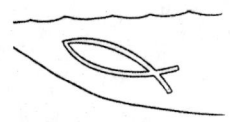

ஒரு திகிலூட்டும் வரி

என்னை நானே சாவித்துவாரத்தின் வழியாக
பார்த்துக்கொண்டிருக்கிறேன்
என்றொரு வரி தோன்றியது
இவ்வரிக்கு முன்னே திகைத்து நின்றவன்
மேற்கொண்டு எதுவும் எழுதவில்லை
இவ்வளவு திகிலூட்டும் ஒரு வரியை
இதற்கு முன் நான் எழுதியதில்லை.

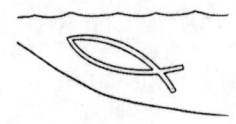

குறுகலான சந்துகள், திடீர் வளைவுகள்

TN 37 T 7014க்கு
குறுகலான சந்துகளிலும்
திடீர் வளைவுகளிலும்
பயணிப்பதில் அவ்வளவு தேர்ச்சி கிடையாது
பரபரத்து ஊளையிடும்
சாலைகளின் ஓரத்தில்
அது ஸ்தம்பித்து நிற்கிறது
இருநாட்டுப் படைகள்
எதிரெதிரே மோத வருவது போன்ற
இருப்புப் பாதை திறப்பின் போது
அது நடுவழியில் நின்றுவிடுகிறது
முணுமுணுப்பும் ஏளனமும்
அதை வதைத்தெடுக்கின்றன

நெருக்கடிக் காலங்களில் இயங்குதலின்
தொழில்நுட்பம் குறித்து
அதன் தோழமைகள்
எவ்வளவோ முறை உபதேசித்திருக்கின்றன
என்றாலும் அது கூனிக்குறுகி வீடுவந்து சேர்கிறது
மிதமிஞ்சிய மதுப்ரியம் கொண்ட அது
ராத்திரிகளில் குடித்துவிட்டு
ஒற்றைச் சக்கரத்தில் அந்தரத்தில் நிற்பது,
கிடந்த நிலையில் சாய்ந்துகொண்டு ஆக்ரோஷமாக
வட்டமடிப்பது
என வித்தைகள் பல புரிகிறது
ஆனால் அதன் முன்னிருக்கிற
சவால்கள் அதுவல்ல

TN 37 T 7014க்கு
சமீப காலமாகக் கொலைவெறி கூடி வருகிறது
துயரம், அதற்குக் கொலை செய்யவும் தெரியாது

○

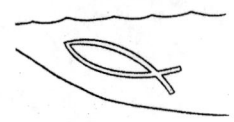

இளைப்பாறும் அறையின் சாவி

வெயில் காந்திக்கொண்டிருக்கும்
என் பணிமனைக்கருகில்
ஒரு இளைப்பாறும் அறை இருக்கிறது
'வருத்தப்பட்டுப் பாரம் சுமப்பவர்களே
என்னிடத்தில் வாருங்கள்...'
என்றொரு பொருத்தமான தேவவசனம் இதன் வாயிலில்
இவ்வறையின் சாவியை இன்று நான்
தொலைத்துவிட்டேன்
அது திருடப்பட்டதா என்று எனக்குத் தெரியவில்லை
சமீப காலமாக அறையின் சாவியை
தன்னிடம் ஒப்படைக்குமாறு
எம் அதிகாரி என்னிடம் கேட்டுவந்தார்
எனவே இது ஒரு சதித்திட்டமாகக்கூட இருக்கலாம்
உண்மையில் இளைப்பாறும் அறை என்று
ஏதும் இருக்கிறதா
அதன் சாவி உன்னிடம் இருந்ததா
எனக் கேட்கிறான் ஒரு துயரன்

○

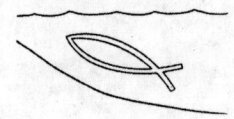

சௌமி குட்டி சௌமியா ஆனது எப்போது?

ஒருமுறை சௌமி குட்டிக்கு
வேடிக்கை காண்பிப்பதற்காக
அய்...பூ! என்றேன்
அன்றிலிருந்து அய்...பூ! அய்...பூ!
என்றே அவள் விளிக்க
மலர்ந்ததிலிருந்து மேலும் மலர்ந்தன...

பூ என்பதற்கு முகம் திருப்பாத அவைகள்
அய்...பூ! என்பதில் இறும்பூதெய்தின

அல்லி வட்டம், புல்லி வட்டம்
இதழ்கள், காம்பென படம் வரைந்து
பாகம் குறிக்கும்
தாவரவியல் மாணவியான
சௌமியாவுக்கு
இன்று பூக்களைப் பற்றி சகலமும் தெரியும்
அய்...பூ! பூவான போதுதான்
சௌமி குட்டி சௌமியா ஆனாள்
                    அல்லது
சௌமி குட்டி சௌமியா ஆனபோது
அய்...பூ! பூவாகிப் போனது

o